இருட்டிலிருந்து முனகும் வெளிச்சம்

பா.மகாலட்சுமி

டிஸ்கவரி பப்ளிகேஷன்ஸ்
எண்: 9, பிளாட் எண்: 1080A, ரோஹிணி பிளாட்ஸ்
முனுசாமி சாலை, கே.கே.நகர் மேற்கு,
சென்னை - 600 078. பேச: 99404 46650

வெளியீட்டு எண்: 0380

இருட்டிலிருந்து முனகும் வெளிச்சம் (கவிதை)
ஆசிரியர்: பா.மகாலட்சுமி©
Iruttilirundhu munagum velicham (Poem)
Author: B.Mahalakshmi©
Print in India

1st Edition : September - 2024
ISBN : 978-81-19541-88-1

Pages: 100

Rs: 130

Publisher • Sales Rights

Discovery Publications
No. 9, Plot,1080A, Rohini Flats,
Munusamy Salai,
K.K.Nagar West, Chennai - 78.
Tamilnadu, India.
Mobile: +91 99404 46650

Discovery Book Palace (P) Ltd
No. 1055-B, Munusamy Salai,
K.K.Nagar West,
Chennai-600 078.
Ph: (044) 4855 7525
Mobile: +91 87545 07070

discoverybookpalace@gmail.com / www.discoverybookpalace.com

இந்த நூலில் பிரசுரமாகியுள்ள எந்த ஒரு பகுதியையும் எழுத்துபூர்வமான முன்அனுமதி பெறாமல் எடுத்தாள்வதோ, மறுபிரசுரம் செய்வதோ, மொழியாக்கம் செய்வதோ, ஊடகங்களில் மறுபதிப்புச் செய்வதோ, காப்புரிமைச் சட்டப்படி தடை செய்யப்பட்டுள்ளது. இந்த நூலிலிருந்து சில பகுதிகளை மேற்கோள் காட்டி நூல் அறிமுகம் செய்யலாம்.

உங்கள் மொபைல் போனிலிருந்து ஸ்கேன் செய்து 'டிஸ்கவரி புக் பேலஸ்' மொபைல் ஆப்பை டவுன்லோடு செய்து, புத்தகங்களை வாங்குங்கள்.

சமர்ப்பணம்

தன் விடுதலைக்காக
எழுத்தெனும் ஆயுதம் ஏந்திப்
புறப்படுகிற பெண்ணெழுத்துக்கு...

அணிந்துரை

'கொடுத்து வைத்தவர்கள்' எனும் ஒரு கவிதையின் மூலம் என்னைத் திரும்பிப் பார்க்க வைத்தவர் கவிஞர் பா.மகாலட்சுமி அவர்கள்.

"அதிகாலை எழுந்ததுமே
அவசரக்கோலமிட்டு
அடுக்களை
நுழையவேண்டியதில்லை

இரவில் மீந்த
எச்சில் பாத்திரங்களை
எரிச்சலோடுக் கழுவியெடுத்து
அனைவருக்கும்
காபிபோட்டுத் தரத் தேவையில்லை

காலை உணவு
என்ன செய்யவேணுமென்று
கணவனிடம் கேட்டு
கண்டதையும் கிண்டவேண்டியதில்லை

அழுக்குத்துணி சேர்ந்தவிட்டதென்றும்
துவைத்த துணி மடிக்கவில்லையென்ற
கவலைக்கிடமில்லை

நத்தைபோல
வீட்டை எந்நேரமும்
முதுகிலேந்திப் போகவேண்டியதில்லை

சுயமரியாதை இழந்தெல்லாம்
பிறந்தவீடு போய்வர
பிச்சைக்காரிபோல்
கெஞ்சி நிற்கவேண்டியதில்லை

மடிப்புக் கலையாத ஆடைகளுடனும்
குறைந்தது ஐயாயிரம்
புத்தகங்கள் படித்து
பிரபஞ்சக் கதை எழுதலாம்

வருடத்துக்கு இத்தனைப் புத்தகமென
வரிசைகட்டி
விருது வாங்கலாம்

கத்தரிக்காய் பற்றியோ
காதலைப் பற்றியோ
தெரிந்திருக்க வேண்டியதில்லை...

அறிவு ஜீவியாய் இருக்கும்
ஆண் எழுத்தாளர்கள்
கொடுத்து வைத்தவர்கள்!"

மிக எளிமையாக பெண்களின் நிலையை ஒரு வலியோடு உணர்த்தும் இந்தக் கவிதையை முகநூலில்தான் முதலில் படித்தேன்.

"நாளும் கிழமையும் நலிந்தோர்க்கு இல்லை,
ஞாயிற்றுக்கிழமையும் பெண்களுக்கு இல்லை!"

எனும் கவிஞர் கந்தர்வனின் கவிதை எனக்கு நினைவுக்கு வந்தது. ஆனாலும், மகாலட்சுமி சொல்லும் விதம் வேறு மாதிரி. ஒரு பகடியோடு சொன்னாலும் கூறவந்த கருத்தை எல்லாரும் ஏற்றுக்கொள்ளும்படி சொல்லும் எழுத்து இவருக்குக் கைவந்திருக்கிறது.

பின்னர், ஒரு நூல் வெளியீட்டு விழாவில் நேரில் சந்தித்தேன். அவரது 'குளத்தில் மிதக்கும் இறகு' என்ற நூலினை வழங்கினார். நேர்த்தியான அழகான வடிவத்தில் அன்றாட வாழ்க்கையின் அவலத்தைக் கூறும் உணர்வுபூர்வமான பல கவிதைகள் அதில்.

எழுத்தைப்போலவே, மேடையிலும் தான் கூறவரும் கருத்துகளை உறுதியாகவும் தெளிவாகவும் அனைவருக்கும் சேரும் விதமாகவும் கூற வல்லவர் என்பதை அவரது உரை உணர்த்தியது.

தமிழ்நாடு முற்போக்கு எழுத்தாளர் கலைஞர்கள் சங்கத்திலும், ஜனநாயக மாதர் சங்கத்திலும் தன்னை ஈடுபடுத்திக்கொண்டு களத்தில் நிற்பவர்.

அவருடைய புதிய கவிதைத் தொகுதி 'இருட்டிலிருந்து முனகும் வெளிச்சம்' இந்த ஆண்டு மதுரைப் புத்தகக்காட்சிக்கு வருகிறது.

நூலை எழுதி நீண்ட நாட்களாகக் கையில் வைத்திருந்தாலும் அவசரமாக அச்சேறும் நிலைதான் ஒவ்வொரு முறையும் அமையும். அப்படியே தோழர் மகாலட்சுமிக்கும் அமைந்துவிட்டது.

பதிப்பு அவசரமாக இருந்தாலும், படைப்பு நிதானமாக உருவானது என்பதை இதில் உள்ள கவிதைகள் கூறுகின்றன.

முதல் கவிதையான 'செய்வதறியாத சில நேரங்கள்' கவிதையின் சொற்களைப் படிக்கும்போது நீண்ட காலம் மனதில் இருந்து எழுந்த குரல் இது என்பதை முதல் வாசிப்பிலேயே உணர முடியும்.

"ஓர் இரவைக் கடப்பதென்பது
விஷம் நிறைந்த பாம்பின்
பல்லிடுக்கிலிருந்து
ஒரு பறவை தப்பிப்பது போன்றது

விரும்பாத ஒரு சொல்லை
விரும்பியவர்களிடம் கேட்பதென்பது
தாய்முலையிலிருந்து
மழலையின் வாய் பிரிப்பதைப் போன்றது"

என்று தொடர்கிறது அக்கவிதை.

தெளிவான நோக்கத்தோடு தன் எழுத்துகளைப் படைத்து வரும் கவிஞர் பா.மகாலட்சுமி அவர்களுக்கு என் அன்பான வாழ்த்துகள்!

இலக்கை நோக்கிய உங்கள் இலக்கியப் பயணம் வெல்க!

அன்புடன்,
பிருந்தா சாரதி
திரைப்பட இயக்குனர்

என்னுரை

ஓர் ஆணின் படைப்பென்பது
வெளியில் நின்றுகொண்டு
வானத்தைப் பார்ப்பதுபோல...
பெண்ணின் படைப்பென்பது
வீட்டுக்குள் நின்றுகொண்டு
விடுதலை தேடுவதைப்போல.

ஆமாம், இன்னும் வசப்படவேண்டியது நிறைய இருக்கிறது, பெண்களுக்கு. தன் வாழ்வை, தன் துயரத்தை, தன் கனவை, தன் வெற்றியை நோக்கிய பயணத்தைத் தொடங்க ஆரம்பித்திருக்கும் பெண்களுக்கு உணர்தலில் விட எழுதுதலில் அதிக கனமில்லைதான்.

ஒரு மூன்றாம் பிறையின் பேரழகைப்போல வந்திருக்கிறது எனது மூன்றாம் கவிதைத் தொகுப்பு. ஒரு பிரசவத்தையொத்தது ஒரு நூலைத் தயார் செய்வது, ஒரு குழந்தையைக் கையில் தூக்கும் பேரானந்தமானது நூலாக கையில் வாங்குவது. எவ்வளவு பேரிடர்களுக்கு மத்தியிலும் ஒரு பூ பூப்பதுபோல கவிதை அழகாக்கி விடுகிறது நம்மை, அல்லது நம்மை வைத்து கவிதைகள் தங்களை அழகாக்கிக் கொள்கின்றன.

நாம்தான் நினைத்துக்கொள்கிறோம், படைத்துவிட்டோம், எழுதிவிட்டோமென்று பெருமிதமாய், ஆனால், காலம் தன்னை பதிந்துவைக்க படைப்பாளர்களைத் தேர்வுசெய்துகொள்கிறது என்றே நம்புகிறேன். இல்லையென்றால் பெண், கல்வி கற்கவே போராடும் சூழல் கொண்ட குடும்பத்தில் பிறந்து, சிறுவயதுத் திருமணப் பந்தத்தின் இடர்களில் சிக்கி, மீண்டுவந்த ஒரு கிராமத்துக்காரிக்கு கவிதைகூட எழுத வருமாவென்பது கூட ஆச்சர்யம்தானே!

ஆற்றோரம் காற்றிலாடும் நாணல் பூவுக்குப் பலகாலம் ஆசைப்பட்டவள்நான். மெல்லிய வெண்தோகையென மேல்நோக்கி

வெடிக்கும் நாணல் பூ கூட இன்றுவரையில் கைக்கிட்டவில்லை. அப்படித்தான், கைக்கு எட்டாதவற்றையெல்லாம் என் கவிதைக்குள் கட்டிவைக்க ஆசைப்பட்டு, இன்று அதுவாகவே வசப்பட்டு வந்து நிற்கிறது நாணல் பூவென.

உங்களுக்கு எப்படிப் பரிச்சயமாகிறதோ என் கவிதைகள் தெரியாது, எனக்கது வெய்யிலின்போது பருகும் நீராகாரம், வெடித்தப் பாதங்களுக்கு மலர்ப்பாதுகை. நீங்கள் வாசிக்கும் வரிகளுக்குள் அன்புக்கு ஏங்கிய ஒருத்தியின் ஏக்கமிருக்கிறது; ஏமாற்றத்தில் கிடைத்த கண்ணீர் இருக்கிறது; துரோகத்தில் கிடைத்த வைராக்கியமிருக்கிறது; உரிமைக்காக குரல் கொடுத்தவளின் கம்பீரமிருக்கிறது; அசலான வார்த்தைகளின் வனாந்தரத்தில் எண்ணற்ற கவிதைப் பூக்களிருக்கிறது. வாசிக்கலாம்... பெண்வாழ்வின் குறுக்குவெட்டுத் தோற்றத்தை, போராடிப் பெற்ற மாற்றத்தை!

விழுந்து எழுந்து நடைபழகும் குழந்தையை ஒவ்வொரு முறையும் கைதட்டி உற்சாகப் படுத்துவதுபோல் என் கவிதைகளை வளர்த்தத் தோழமைகளுக்கு நன்றி!

என் எண்ணத்தை மேன்மைப் படுத்திய மார்க்ஸியத்துக்கும், எழுத்தைச் சீர்படுத்திய 'தமுஎகச'வுக்கும் நன்றிகள்!

எத்தனையெத்தனை படைப்பாளர்களைக் கொண்டாடிய டிஸ்கவரி புத்தக நிறுவனம் என் படைப்புகளுக்கு ஆங்கீகாரம் அளித்து வெளியிடுவது மிகுந்த மகிழ்ச்சி. தோழர் மு.வேடியப்பன் அவர்களுக்கு அன்பும் நன்றியும்!

இந்தக் கவிதை நூலுக்கு அணிந்துரையை இவ்வளவு துரிதமாகவும் நேர்த்தியாகவும் தந்திருக்கிற திரைப்பட இயக்குநரும், வசனகர்த்தாவுமான என் மரியாதைக்கும் அன்புக்கும் உரிய தோழர், கவிஞர் பிருந்தா சாரதி அவர்களுக்கு மனமார்ந்த நன்றி!

எப்போதும் என் எழுத்துக்களை வாஞ்சையோடு ஏந்திப் படிக்கும் உங்களுக்கும் என் அன்பு நன்றிகள்!

- பா.மகாலட்சுமி

செய்வதறியாத சில நேரங்கள்...

ஓர் இரவைக் கடப்பதென்பது
விஷம் நிறைந்த பாம்பின்
பல்லிடுக்கிலிருந்து
ஒரு பறவை தப்பிப்பது போன்றது

விரும்பாத ஒரு சொல்லை
விரும்பியவர்களிடம் கேட்பதென்பது
தாய்முலையிலிருந்து
மழலையின் வாய் பிரிப்பதைப் போன்றது

நரகம் என்பது
சொர்க்கத்தின் கதவு மூடியிருப்பதில்லை
நிராகரிக்கப்பட்டு
விரட்டியடிப்பதைப் போன்றது

ஒரு உறவைப் பிரிவதென்பது
அடைகாத்து வெளிவரும் குஞ்சை
பருந்திடம் கண்முன்னே
பறிகொடுப்பதைப் போன்றது

மனம் விரும்பாத வாழ்வென்பது
உயிர்கொண்டு எழுந்தும்
சாவதற்காகவே பிறப்பெடுக்கும்
ஈசல்களைப் போன்றது

மானிடர்களின் வாழ்வென்பது
சமரசம் கொண்டது
தூண்டிலில் சிக்கிய மீனுக்கும்
பசிகொண்ட தூண்டில்காரனுக்குமாக.

காதலின் மொழிபெயர்ப்பு

இந்த இரவு
என் காதலை
முடிந்தால் மொழிபெயர்க்கட்டும்
உன்னிடம்...

பறவையின்
இலகுவான சிறகு
வானமளந்ததைப்போல

ஒரு ரயில் பூச்சி
அதன்போக்கில்
நெடும்பயணத்தில்
நிலம் கடப்பதைப்போல

நாணலை விசாரித்தபடி
ஓரமாய்
வழிந்தோடும்
மீந்த ஆறுபோல

இணையின்
மறுபதிலுக்காய்க் காத்திருக்கும்
சுவர்க்கோழிபோல

மௌனத்தில்
உறைந்து கிடக்கும்
மலைக்குன்று
யுகத்தின்
கதை சுமப்பதுபோல

யாரோ ஒரு மனிதரின்
வாஞ்சையை எண்ணி
அகாலத்தில் ஏங்கி
குரைக்கும் நாய்க்குட்டிபோல

நாளை மலர
இன்றுருவாகும்
மொட்டுக்குள்
சேமித்த நறுமணம்போல

இந்த இரவு
என் காதலை
முடிந்தால் மொழிபெயர்க்கட்டும்
உன்னிடம்.

✦

முதிர்கனவு

மிளகு சீரகத்தை அம்மியில்
நசித்துக்கொண்டு
ஒருமுறை இருமியதற்கே
நெஞ்சுச் சளி வச்சுடுமேன்னு
பதறியபடி அம்மா

வெடக்கோழி பிடுச்சுவர
ரப்பர் செருப்போடு தபதபக்க
ஓடுகிறான் அண்ணன்

பூண்டு வெங்காயப் பல்லுரிக்க
அரிவாள்மனைக்கு
காலகற்றி தோதாய்
உக்கார்ந்துகொள்கிறாள் அப்பத்தா

மறுநாள் காலைக்கு
ரொட்டி தட்ட
முள்ளுமுருங்கையோடு
வருகிறாள்
பிள்ளைக்கு ஏங்கிக்கிடக்கும்
எதிர்வீட்டு ஈஸ்வரி அக்கா

பரபரப்பேதுமின்றி
கூன்விழுந்த வெள்ளைச்சீலக்காரப் பாட்டியிடம்
கதைகேட்டபடி
உறங்கிக்கொண்டிருக்கிறாள்
அந்தக் கடைக்குட்டிப் பெண்

மெல்ல அவள் காலம்
மசங்கலாய் மறையத் துவங்கும்போது
சட்டென
காய்கறி விற்பவனின் விளம்பரக்கூவலில்
கலைந்தே போகிறது
சுகவீனத்தோடு
யாருமற்ற வீட்டில்
உறங்கிக்கொண்டிருந்தவளின்
முதிர்கனவு.

பொய்களின் கதை

கதைகள்
பலநேரங்களில்
கதைகளாகவே இருக்கின்றன
பொய்யெனத் தெரிந்தும்
ரசிக்கும் கானல்நீர் போல

அடர்வன இருட்டுக்குள்ளிருந்து
முனகும் வெளிச்சமென
உண்மைகளின் புலம்பலை
நாம் கண்டுகொள்வதேயில்லை

அலை திரும்புவதுபோலான
உன் பொய்யும்
கால் நனைத்துக்கிடக்கும்
குழந்தையாய் நானுமென
திரும்ப திரும்ப சந்தித்துக்கொள்கிறோம்

நீ சொல்வதும்
நான் நம்புவதுமான
பொய்களின் கதைகேட்டு
சிரித்துக்கொள்கின்றன
கண்ணாடியின் பிம்பங்கள்.

✦

காத்திருப்பின் கதைகள்

காத்திருப்புக்குப் பின்னால்
எதுவும் இருக்கலாம்
நேரங்கருதாமல்
நெடுந்தவம் செய்தபடி
கையறு நிலையில்
கைவிடப்பட்டவர்களின் மனங்கள்

கடந்துபோகும் மனிதர்களின்
எந்த அனுமானங்களுக்கும்
இடம்கொடுக்காத
காத்திருப்பின் காரணங்கள்
ஆழ்கடலில் அமைதிகொண்டிருக்கும்
பேரிரைச்சலென
கண்களுக்குப் புலப்படாது

இருப்பைத் தக்கவைக்க
யாரோ ஒருவரிடம் பொருளுதவி கேட்டு
கையேந்த இருக்கும் காத்திருப்பு
தன்மானத்தைத் தள்ளிவைக்க
தன்னைத் தயார் செய்துகொண்டிருக்கும்

அவசரத்தில் உதிர்த்த
ஒரு கடுஞ்சொல்லால்
மனைவியைப் பிரிந்த கணவனொருவனின்
நீதிமன்றக் காத்திருப்பு
விவாகரத்தை விட கொடூரமாயிருக்கும்

நாள்கணக்காய் கணவனை
கடலுக்குள் அனுப்பிவிட்டு
விளக்கோடு காத்திருக்கும்
மீனவப்பெண்ணின் காத்திருப்பு
கருவாடை விட காய்ந்துகிடக்கும்

தாலிக்கயிற்றின்
ஈரம் காய்வதற்கு முன்
எல்லை காக்க அனுப்பிவிட்ட
புதுமனைவியின் காத்திருப்பு
சொச்ச வாழ்வுக்குள்
சொர்க்கத்தை அடைகாக்கும்

அவரவரின் தேவைகளுக்காய்
அவரவரே தீக்குளிக்கும்
அவஸ்தை வாழ்வுதான்
அவரவர் அளவுக்கான காத்திருப்புக்கள்.

✦

காதலின் குறுந்தொகை

செம்மண் காடு தாண்டி
கத்தாழைச் செடிகள்
இருபுறமும் தாங்கி நிற்கும்
புழுதி படர்ந்ததோர் ஒற்றையடிப்பாதை

கள்ளிச்செடியின்
கருணையால் சரிந்து விழாத மலைச்சரிவில்
வெயிலின் வெப்பக்கூத்தும்
வேப்பமரக் காத்தும் முட்டி மோதும்
செங்காட்டின் ஓரம்

காரை வீட்டுக்கும் கூரை வீட்டுக்கும
இடைப்பட்டதொரு இல்லத்தில்
குயில் கூவலில் கண் விழிக்கிற
கிராமத்தைச் சேர்ந்தவன் அவன்

அவரைப் பூ பந்தலைத் தாங்கி நிற்கும்
தாவாரத் திண்ணை தாண்டி
காணாமல்போன என் இதயமங்கே
ஆறடி உயரத்தில்
அயர்ந்து தூங்கிக்கொண்டிருக்கும்
அதைத் தட்டியெழுப்பிச் சொல்லடி,
என் விழிகளுக்கும் இரவுகளுக்குமான
சண்டையை...

சுவர்க்கோழியின் கீச்சுக்குரலுக்கு
ஈடாக என்னிதயமும்
அவன் பெயரையே உச்சரிப்பதை

மெலிந்துவிட்ட என்
விரலைப் பார்த்து
கழண்டு விழுந்துவிட்ட என்
மோதிரத்தின் புலம்பலை

காற்று மட்டுமே வருகிற
எங்கூர்க் குழாயைப்போலவே என்
சுவாசக்குழாயெங்கும்
அவன் மூச்சுக்காற்றுக்கு ஏங்கும் விபரத்தை

சிவந்த என் நிறமும்
அவன் வீட்டுச் சுவரைப்போலவே
வெளுத்துப்போனதை
அவனிடம் யார் சொல்ல

அவன் வீட்டுச்சுவரைப்போலவே
சிவந்த என் நிறமும்
வெளுத்துப் போனதாய்
அவனிடம் யார் சொல்ல.

கனவானவள்

இப்போதெல்லாம்
அம்மா அடிக்கடி கனவில் வருகிறாள்
விற்று விட்ட பூர்வீக வீட்டின்
அடுப்புத்தணலில்
முற்றிய கத்தரிக்காய் சுடுகிறாள்
அப்பாவிற்கு பிடித்த புளித்தொக்குக்காக
ஈன்ற பசு ஒன்றின்
வீடு சென்று
சீம்பால் வாங்கி
வெள்ளமிட்டு காய்ச்சியெடுக்கிறாள்
அண்ணனுக்கு பிடிக்குமென்று
சொளகில் தேம்பி எடுத்த
அரிசிக்குருணையில்
தேங்காய் சில்லுகளைப் போட்டு
அவியரிசி செய்து வைக்கிறாள்
அக்காவிற்கு பிடிக்குமென
சாணம் தெளித்த வாசலில்
தாமரைக் கோலமிட்டு
மஞ்சள் வெயிலடிக்கும் முகத்தோடு
எப்போதும் போல
என்னை மடியிலமர்த்தி தலை கோதுகிறாள்
ஏனோ கேட்க மனமில்லை
அவள் உத்தரத்தில் தொங்கிய
கதையை மட்டும்.

தேவதைகளின் வேண்டுகோள்

பெரும்பாலும்
இவர்கள் மௌனித்தே இருக்கும்
கடவுள்களின் சாயல் கொண்டவர்களாகவே
சித்தரிக்கப்பட்டவர்கள் பாவம்

அலங்காரங்களால் மட்டுமே
அடையாளப்பட்டவர்கள்
அரிதாரத்திற்கப்பால் இருக்கும்
அவர்களின் கண்ணீர்
பக்தர்களின் பார்வைக்கே வராது

வரம் கேட்டு
கையேந்தி நிற்பவர்களிடம்
கையறு நிலையில்
காதல் கடிதத்தோடு
கலங்கி நிற்பார்கள்

கோபம் கொள்ளவும் கூட
கொடுப்பினையில்லை
சாந்தம் கொண்டவர்களென
மலர்களால்
மறைக்கபட்டிருப்பார்கள்

வெள்ளைத்தாமரையிலோ
வெண்பட்டுப் புடவையிலோ
பாரதிராஜா கதாநாயகிபோல்
பட்டாம்பூச்சி பிடித்தே அலைவார்கள்

தேவதைகள்
தேவதைகளாகவே வாழட்டும்
தேவைக்கென வேண்டாத
தேவன்கள் வரும்வரைக்கும்.

✦

ஊரின் கதை

மேய்ச்சலின்போது
ஆடொன்றை ஈத்தெடுத்த
குட்டியை
தோளில் சுமந்துவந்த
ஆட்டுக்காரனின் குதூகலமும்

மலை முகடொன்றில்
தேனடையை பார்த்து
வியந்த
வேட்டைக்காரனின்
உற்சாகமும்

அவசரப் பசிக்கு
தட்டாங்காய் பறித்து
நடுக்காட்டில் சுட்டுத்தின்று
பசியாறிக்கொண்ட
காட்டு வேலைக்காரனின் நிம்மதியும்

அரைகுறையாய் கஞ்சி காய்ச்சி
தூக்குவாளி நிரப்பிவரும்
களையெடுத்த பெண்களுக்கு
தொட்டுக்கொள்ள
காட்டுக்கடலையும்
பிஞ்சு மிளகாயும் தரும் ருசியும்

ஆளுக்கொரு தட்டு
கேப்பக்களியை உருட்டிக்கொடுத்துவிட்டு
அடிக்களி சுரண்டித் தின்னும்
வக்கணையான
அப்பத்தாவின் வாய்ருசியும்

வருஷத்துக்கு ஒருமுறை
ஆட்டுக்கல்லில்
ஆட்டிக்கரைச்ச மாவில்
பலகாரமாகும் இட்லியை
தெருவிற்கே கொடுத்துவிடும்
அம்மாச்சிகளின் கைமணமும்

கையில் காசில்லாம
பொழுது வரைக்கும்
வேடிக்கை பாத்து நிக்கும் பிள்ளைகளை
எடையை சமன் படுத்த
ஏத்திக்கொள்ளும்
ராட்டினக்காரனின் கருணையும்

ஒத்த ரூவாய்க்கு
கைக்கு வாட்சும்
மோதிரமும் போட்டுவிட்டு
சொச்ச மிட்டாயை
கன்னத்தில் ஒட்டுவிடும்
ஜவ்வுமிட்டாயில்
வாயொழுகிப்போகும்
குழந்தைகளின் சிரிப்பும்

திருவிழாக்கு வாங்கிய
புதுத்துணிக்கு ஏத்தமாதிரி
வளையல்காரனிடம் கைநீட்டி
வண்ணமா வாங்கி மாட்டும்
குமரிப்பெண்களின்
கண்ணாடி வளையலின் சிணுங்கலும்

மிரட்டும் கண்ணிருந்தும்
பயமுறுத்தாத கருப்பங்கோயில
கடந்துபோனாக்கா
பொறந்த ஊருவாசம்
பொழுதன்னைக்கும் கூடவருது.

✦

சந்திப்பின் கனம்

ஆற்றுப்படுத்தும் முயற்சியாய் இருக்கிறது
பிரிகையில்
கிளை உதிர்க்கும் துளியாய்
முனுமுனுக்கும் உதடுகளால்
மீண்டும் சந்திப்போமென்பது

மொத்தம்
எத்தனை வார்த்தைகள் பேசியிருப்பாயோ
விடைபெறும் வார்த்தைகள் மட்டும்
விண்ணப்பமிடுகின்றன
இன்னும் கொஞ்சநேரமென்று

ஒரு பறவையின்
கூடடைதல் போன்றது
பேசிக்கொண்டிருக்கையில்
நிமிர்ந்து பார்க்கும்
உன் விழிப்பறவையின் சாயல்

மின்னலடிக்கும் பார்வையால்
என் முகம் பார்த்துப் பேசுகையில்
உன் மீசையில் மிதந்தபடியே இருக்கும்
என் ஆசைப் படகு

வலிக்க வலிக்க
வழியனுப்பி வைய்க்கயில்
படபடக்கிறது
முடிவு செய்யப்படாத
அடுத்த சந்திப்பிற்காக
நம்மிருவர் கண்களும்

✦

வெற்றி விடுதலை

கருப்பையை விட்டிறங்கியதுமே
துவங்கிவிடுகிறது
ஒப்பனை செய்யப்படுவதற்காகவே
அவளின் தேகம்

எந்நேரமும்
பொத்திவைக்கப்படுகிறது
கற்பின் அடையாளமிட்ட
துணியொன்றில் பாலுறுப்பு

பள்ளிக்கூடங்களும் பறைசாற்றுகிறது
பாலின வேறுபாட்டை
சாதிமதமென்பதையும்
சத்தமில்லாமல்

நூற்றாண்டுகளாய்
மறைக்கப்பட்ட கனவுகளில்
எச்சமிடுகின்றன
அவளின் ஆற்றாமைகள்

இணைதேடவும் வழியில்லை
கைகாட்டும் இடத்திற்கு
கடத்தப்படும் அவளுடலும்
வன்மங்களால் நிறைந்தபடியே இருக்கும்

சுதந்திரமென்ற ஆறுதலுக்கிடையில்
பறந்துகொண்டிருக்கும்
அவளின் பட்டங்களும்
கயிற்றின் இணைப்பிலிருக்கும்

பெரும்பாலும்
நான்குபக்கமும் பொருத்தப்பட்டிருக்கும்
கேமராக்கள்
அவளைக் கண்காணித்துக்கொண்டேயிருக்கும்

நீங்கள் உரக்க சொல்லும்
பெண்கள் தின வாழ்த்துக்கள்
பெரும்பாலும்
வெற்றுக்கோஷமெனவே கேட்கும்.

தொடக்கம்

ஒன்றை வெறுப்பதற்கு முன்பாக
அதீத அன்பில் நேசிக்கப்பட்டிருக்கும்
மூழ்கடிக்கும் வெள்ளத்தின்
முதல் துளிபோல

ஒன்றை தொலைப்பதற்கு முன்பு
பத்திரமாய் பாதுகாக்கப்பட்டிருக்கும்
சிறகு முளைத்த பறவையின்
கூட்டிலிருந்த கணங்களாய்

ஒன்றை மறப்பதற்கு முன்னால்
ஞாபகப்படுத்தியே கிடந்திருக்கும்
அடை வைத்த கோழியின்
கதகதப்பான இருப்பை போல

ஒன்றை நிராகரிப்பதற்கு முன்பாக
ஒட்டிக்கிடந்திருக்கும் அதன் தேவை
அடர்ந்த மரம்தேடி பற்றிக்கிடக்கும்
சிறுகொடியின் ஆதரவாய்

ஒரு உறவைப் பிரிவதற்கு முன்பாக
உயிரெனச் சேர்ந்தே இருந்திருக்கும்
முலைக்காம்பை விட்டுப் பிரியாமல்
முட்டிக்கிடக்கும் குட்டிகளென

நம் உயிர் போவதற்கு முன்பாக
எல்லாருமே வாழ்ந்து கிடந்திருப்போம்
வேர்வை வாசமடிக்கும் முந்தானையில்
தாயன்பைப் பருகியபடி.

✦

பிணம்

இனி நான்
விவசாயம் செய்யப்போவதில்லை
உணவுக்கு யாரிடமாவது
கையேந்துங்கள்..

இனி நான் வாக்காளனாக
இருக்கப்போவதில்லை
என் ஓட்டை
நீங்களே போட்டுக்கொள்கிறீர்கள்

இனி பணமதிப்பிழப்பிற்காக
வருத்தப்படப்போவதில்லை
என் வருமானத்தை
நிறுத்திவிட்டீர்கள்

இனி நாட்டிற்காக
விளையாடப்போவதில்லை
என் மானம் பறிபோவதை
வேடிக்கை பார்க்கிறீர்கள்

இனி குடிமகனாக
இருக்க சம்மதமில்லை
வாழும் உரிமையை
பறிக்கிறீர்கள்

இனி ஜனநாயகமும்
நிலைக்கப்போவதில்லை
செங்கோல் கொண்டு
துரத்திவிட்டீர்கள்

இனி என்ன செய்யப்போகிறீர்கள்
மக்களே இல்லாதபோது
மதத்தை வைத்து
பிணமாக்கிய தேசத்தில்.

✦

கடிதங்களின் கண்ணீர் முத்திரை

படித்தவுடன் கிழித்துவிடவும்
என்கிற வலியான நிபந்தனையோடே
முடிக்கப்படும் காதல் கடிதங்கள்
பெரும் காவியங்களாக வேண்டியவை

பூமத்திய ரேகையில் துடித்துக்கிடக்கும்
தன் காதலைச் சொல்லிவிட
பேனாவின் நாவும்
உயிர் உருக கசிந்துகொடுத்திருக்கும்

வானை வளைத்தும்
காற்றை நிரப்பியும் செய்த
ஒருகோடி வார்த்தைகளை
சல்லடைசெய்தே எழுதப்பட்டிருக்கும்

நிகழ்காலத்தின்மேல் கட்டிமுடிக்கப்படுகிற
வருங்காலக் கனவுக்கூடு
தூக்கணாங்குருவிக் கூட்டையும்
தோற்கடித்திருக்கும்

சில காமமற்ற முத்தங்களும்
பிரிவில் வடித்த கண்ணீரும்
தபால்காரனிட்ட முத்திரையென
கடிதம் நிறைத்திருக்கும்

உயிர் வதங்க எழுதப்பட்ட
கடிதங்கள் அவரவர் மனவெளியில்
கிழிக்கப்படாமலேயே இருக்கும்
மஞ்சள்தடவிய கல்யாணப் பத்திரிக்கைபோல்.

✦

வெட்கிக் குனிந்த வார்த்தைகள்

நூற்றாண்டுகளாய்
மிக நுணுக்கமாய் பதியப்பட்ட
நிறத்தின் குறியீடுகளை
வெட்கமேயின்றி பின்பற்றியதற்காய்

பிறர் முதுகில் சவாரி செய்யும்
எனக்கான சௌகர்யங்கள் குறித்து
சற்றும் யோசிக்காத
மனப்பிறழ்விற்காய்

தன்னினும் பெரியவர்களை
ஒருமையில் கூப்பிட பழக்கிவைத்த
தாத்தன்களை
தட்டிக் கேக்காமல் விட்டதற்காக

என் வீட்டு வாசலில்
நின்று அர்ச்சனை வாங்கிய அம்பாள்
கீழத்தெருவில் நிற்காததை
கேள்வி கேட்காததற்காக

உழைத்தவனின் வீட்டில்
உலையரிசி இல்லாதபோது
நிலத்தைப் பிடுங்கியவனின் வீட்டில்
விருந்துண்டு கிடந்ததற்காய்

பள்ளிக்கூடமே வரவிடாமல்
பாமரனை ஏமாற்றி
தனக்கு மட்டுமே மூளை இருப்பதென்றவனை
முகத்திலடிக்காமல் போனதற்காய்

எளியவன் நெய்த பட்டாடையுடுத்தி
ஒருவன் மட்டும் நிமிர்ந்து நடக்க
கந்தலாடை கட்டி களஞ்சியம் நிரப்பியவனை
கண்டுகொள்ளாமல் போனதற்காய்

ஜவ்வாது பூசியொருவன்
மேலுவணங்காமல் கிடக்க
சாக்கடையள்ளி செத்தவனை
கீழ்சாதி என கீழ்மைப்படுத்தியதற்காய்

நாய் வளர்ப்பவனை மேலாகவும்
பன்றி வளர்ப்பவனை கீழாகவும்
பிரித்து வைத்த பாகுபாட்டை
ஒதுக்கி வைக்காமல் போனதற்காய்

இதோ
ஒரு பன்றிக்குட்டியின் பிஞ்சு விரல்தொட்டு
மன்றாடிக்கேட்கிறது மன்னிப்பை
வெட்கித் தலைகுனிந்தபடி
என் வார்த்தைகள்.

✦

ஆடை கிழிந்த மணிப்பூர்

ஆடையற்ற தேசம்
எப்போதும்
பொது சபையில்தான்
துகிலுரியப்படுகிறாள் பாஞ்சாலி
ஒவ்வொரு முறையும் வரமுடியாதென
சலித்துக்கொள்கிறான் கிருஷ்ணன்

எப்போதும்
தீயிலிட்டுப் பொசுக்கப்படுகிறார்கள்
சீதைகள்
அநீதிகளுக்கு எதிராய்
ராமன்களின் ஆட்சேபமற்ற அரசவைகளில்

எப்போதும்
தப்பானவன்களை தலையிலேத்தி
தாசி வீட்டிற்கு அழைத்துச்செல்லவே
பழக்கப் படுத்தப்பட்டிருக்கிறார்கள்
நளாயினிகள்

எப்போதும்
கல்லாகவே இருக்கும் இறைவிகளல்ல
ரத்தமும் சதையுமான
உறுப்புகளோடு பிறந்த
பாவப்பட்ட மனுசிகள் இவர்கள்

எப்போதும்
வாய்பொத்தி வேடிக்கை பார்ப்பீர்கள்
இப்போது நிர்வாணத்தில் கை வைத்து
சாட்சியம் அளிக்கிறீர்கள்
கறைபடிந்த உங்கள் கைரேகையால்

எப்போதும்
முதுகெலும்பு நொறுங்க நடக்கும்
வன்புணர்வை விட வலிக்கிறது
ஜனநாயகத்தின் ஆடை கிழித்து
நடந்த அம்மண ஊர்வலத்தில்.   ✦

வாழ்ந்த வீடுகளின் வாசனை

சிதிலமடைந்த வீடுகள் நிறைய
வாழ்ந்தவர்களின் வாசனை
போவதறியாமல் தங்கிவிடுகிறது
உப்பளத்தில் வேலை பார்த்தவனின்
உப்புப்பரிந்த கால்களைப்போல்

ஒளிசிந்திய வீட்டின் மாடக்குழிகள்
வெளிச்சம் துப்பிய
புகைக் கருமையை
துடைக்க ஆளில்லாமல் கிடக்கும்
அடர் இருளை அப்பிக்கொண்டு

எத்தனையோ தொட்டில்களை
ஆட்டிக்கிடந்த நடுவீட்டு உத்திரம்
குழந்தைகளைச் சுமந்த
சுகத்தை எண்ணியபடியே
ஏங்கிக்கிடக்கும்

நல்லநாள் பெருநாளுக்கு
ஓய்வில்லாமல் குமரிகளின் கைகளால்
மாவாட்டப்பட்ட ஆட்டுரல்கள்
ஏக்கப்பெருமூச்சோடு
மனமுடைந்து கிடக்கும்

தாள நயத்தோடு
ஒருவர் மாற்றி ஒருவர் குத்திய உரல்கள்
மழைத்தண்ணீர் வாங்கி
அழுதுகொண்டிருக்கும்

சிறுவாடு சேர்த்து வச்ச
அடுக்குப் பானைகள்
சில்லுச் சில்லாய் உடைந்துகிடக்கும்
கடலோய்ந்த அலைகளில்
தப்பிய சிப்பிகளாய்

பெண்களின் மனக்குமுறலை
கேட்டழுத சுவர்கள்
தாளமுடியாமல் பெயர்ந்துகிடக்கும்
நூற்றாண்டுக் காயங்களை
காண சகியாமல்

வீட்டுக்குள் வாழ்ந்து
திண்ணைகளுக்கு வந்த
வயதானவர்களின் கைத்தடிகள்
வாழ்ந்த காலத்தையும்
தாங்கிப்பிடித்தபடியே கிடக்கும்

வெட்கத்தோடு
மறைந்து நின்றொருத்தி
காதலைச்சொன்ன கதவிடுக்குகள்
கம்பீரம் தொலைத்திருக்கும்
வெட்டியெடுக்கப்பட்ட மலையைபோல்

அனைவரின் பசியையும்
தீர்த்த தாயொருத்தியின்
கண்ணீரால்
அணைந்துகிடக்கும்
எந்நேரமும் எரிந்துகொண்டிருந்த
கருப்படைந்த அடுப்பங்கரைகள்

✦

பயணத்தின் காலை

துப்புறவுத் தொழிலாளியிடம்
நேசத்தோடு உறவாடிக்கொண்டிருக்கும்
இரண்டு குட்டிகளோடு
செவலை நாயொன்று

ரயிலுக்கு கொடியசைக்கும்
ஒரு பெண்
அத்தனை அவசரத்திலும்
பயணிகளைப் பார்த்து
புன்னகையிப்பதை

ப்ளாட்பாரத்தில்
விளையாடிக்கொண்டிருக்கும்
ஒரு குழந்தையை விழுந்துவிடாமல்
கண்காணித்துக் கொண்டேயிருக்கும்
கருணைகொண்ட காவலரையும்

வருவோரையெல்லாம்
வரவேற்பதுபோல்
உதிர்ந்த பூக்களோடு
காத்திருக்கும்
சிமெண்ட் பெஞ்சுகளின் பேரழகும்

பயணிகள் சிதறவிட்ட
திண்பண்டங்களை எடுக்க
ரயிலடி முழுக்க
நடந்துகொண்டிருக்கும்
பறவைகளும்

நாம்
தவற விட்டவைகளையெல்லாம்
காட்சிப்படுத்தி விடுகிறது
அதிகாலையில் இறங்கும்
ரயில் பயணங்கள்.

துளிர்

மெல்லிய
ஈரப்பதம் போதுமென
காய்ந்த மரக்கொம்பில்
வெண்காளானென
படர்ந்துகிடக்கிறது
உன் நினைவுகள்

நம் பிரிவின் பொழுதுகள்
சுமையேற்றியபடி
ஊர்ந்து செல்கிறது
தொடர்மழையில்
உயிர் பிழைத்த
நத்தைகளென

சிறு தக்கையை கைப்பற்றியபடி
கரைதேடிப் பயணப்படுகிற
எறும்புபோல
சமாதானத்தின்
பிடிசொல்லைத் தேடியலைகிறது
நம் காதல்

நம்மின்
சுடு சொற்களெல்லாம்
பழுத்த இலைகளை
களைந்த கிளைகளாய்
பச்சையம்
துளிர்க்கத் துவங்குகிறது

என்னதான் செய்தாலும்
அடிவரை வெட்டிய மரத்தில்
ஒரு இலை துளிர்ப்பதைப்பார்த்து
புன்னகை செய்துவிட்டுப் போகிறது
பெருமழை.

கொடுத்து வைத்தவர்கள்...

அதிகாலை எழுந்ததுமே
அவசரக்கோலமிட்டு
அடுக்களை
நுழையவேண்டியதில்லை

இரவில் மீந்த
எச்சில் பாத்திரங்களை
எரிச்சலோடு கழுவியெடுத்து
அனைவருக்கும்
காபிபோட்டுத் தரத் தேவையில்லை

காலை உணவு
என்ன செய்யவேணுமென்று
கணவனிடம் கேட்டு
கண்டதையும் கிண்டவேண்டியதில்லை

அழுக்குத்துணி சேர்ந்தவிட்டதென்றும்
துவைத்த துணி மடிக்கவில்லையென்ற
கவலைக்கிடமில்லை

சுயமரியாதை இழந்தெல்லாம்
பிறந்தவீடு போய்வர
பிச்சைக்காரிபோல்
கெஞ்சி நிற்கவேண்டியதில்லை

மடிப்புக் கலையாத ஆடைகளுடனும்
குறைந்தது ஐயாயிரம்
புத்தகங்கள் படித்து
பிரபஞ்சக் கதை எழுதலாம்

வருடத்துக்கு இத்தனைப் புத்தகமென
வரிசைகட்டி
விருதுவாங்கலாம்

கத்தரிக்காய் பற்றியோ
காதலைப் பற்றியோ
தெரிந்திருக்கவேண்டியதில்லை...

அறிவு ஜீவியாய் இருக்கும்
ஆண் எழுத்தாளர்கள்,
கொடுத்து வைத்தவர்கள்.

✦

உங்களைப்போல
எல்லைக்கோடிட்ட
சிவப்போடுகள் பதித்த
சமதள மைதானத்தில்
என் ஓட்டம் இல்லை
நூற்றாண்டுகளாய்
கவனிக்கவே படாத
கரடு முரடான பாதைகளில்
வீட்டிற்குள்ளேயே
அடைந்து கிடந்த
நிழல்படிந்த
என் மெல்லிய பாதங்கள்
இரத்தம் கசிய
ஓடிக்கொண்டிருக்கின்றன
என் மேலாடை
நழுவுவதைப் பார்க்க மட்டுமே
ஆவலாய் இருக்கும் உங்களுக்கு
என் வெற்றி பற்றிப் பேச
அருகதையில்லை.

✦

கருங்குகை

பின்னகர்ந்த பொழுதுகள்
வெள்ளம் சூழ்ந்த
நதிக்கரையின்
சுவடுழியாமல் கிடக்கிறது

கனவுகளடைந்து கிடக்கும்
கருங்குகையின்
கருநிறப் பயம் கொண்டது
கடந்துவந்த இரவுகள்

விசம் தோய்ந்த பற்களிடையே
தப்பித்துவந்த
சாகசங்கள் நிறைந்தது
அவள் காயங்கள் முழுவதும்

மொட்டுகள் அவிழும்
பூந்தோட்டக் கனவுகளலோடு
வெப்பம் தகிக்கும்
கொடும்பொழுதுகள் அவளுக்கு

முன்னகரும் பொழுதுகள்
புலர்வதற்குள்
போய்விடவேண்டுமென்ற
அவசரக் கோலத்திலிருக்கிறது

அவளுக்குத் தெரியும்
கால்கிழிக்கும் கற்களைபோல்
மனம் நோகும் சொற்களை
கடந்துவிடும் சாதுர்யம்

✦

எதிரிசை

மிருதங்கத்தின்
தாளலயத்தில்
அதிர்ந்துபோகிறது
மாட்டுத்தோலை பதப்படுத்தி
இறுக்கிக் கட்டியவனின்
தாழ்ந்தசாதித் தீட்டு

வீணையிசையில்
பட்டுத் தெறித்து விழுகிறது
நரம்புகள் புடைக்க
இழுத்து கட்டியவனின்
எழும்பும் தோலுமான
மெலிந்த கைவிரல்கள்

பதமான மரமொன்றில்
இழைத்துச் செய்த
நாகஸ்வரங்களில்
எப்போதும் உறைந்துகிடக்கிறது
எளியவனொருவனின்
மரத்துப்போன பெருமூச்சுகள்

சொல்வதறியா சினத்தோடு
கேட்பாரற்றுக் கிடக்கும்
ஒருவனின் பறையடி
ஊரின் பின்புறத்தில்
அதிர்ந்து கேட்கிறது
ஆதிக்கத்தின் ஆணவமுடைத்து

கடவுள் சிலைகளைபோல அடிக்கும்
வாத்தியங்களையும் கூட
நீங்கள் செய்ததில்லை
சொல்லிக்கொண்டிருக்கிறீர்கள்
இவையெல்லாம்
உங்களுக்குப் புனிதமென

மாட்டை வணங்கி
மனிதனை வதைக்கும்
உங்கள் சனாதனக் கோட்டை
அழித்துவிட்டு எழுதுகிறோம்
கோடுகளற்ற
புதிய கோட்பாட்டை

✦

பாவம் சீதை

சிதையிலிருந்து எழுந்து
மீண்டும் அருகமர
பட்டாபிஷேக மேடை அவளுக்கு
இம்முறை அவள் சம்மதமின்றி

சரயூ நதியில்
குதித்து இறந்து
மீண்டெழுந்த ஏசு ராமனை
எப்படி எதிர்கொள்வாள்

வில்லொடித்தவனை
வெறுத்தவளாச்சே
அவன் சொல் வெறுத்து
எரிந்தவள் எதிர்க்கத் துணிவாளா

இவள் பத்தினித்தன்மைக்கு
அத்தாரிட்டி தந்துதான்
ராமனை
அழைத்து வந்திருப்பார்களோ

கோவிலை கட்டினார்கள்
கடவுளாக்கினார்கள் சரி
சீதையிடம்
ஒருதடவை கேட்டார்களா

சந்தேகத்தீயில் எரித்தபின்னும்
சிறு மன்னிபேனும் கேட்காத
ராமனுடன்
கோவிலுக்குள் வருவாளா என்று.

✦

தோழிமார்கள்

கருவமரத்து பூ தேடி
காடெல்லாம் அலஞ்சோம் தோழி
குருவிக்கூடு பாத்துப்புட்டு
கொஞ்சநேரம் தொலஞ்சோம்

சொட்டாங்கல்லு ஆடையில
அடுச்சுக்க முடியாது ஒன்ன
கள்ளன் போலீஸ் ஆட்டத்துல ஓடி
பிடுச்சுக்க முடியாது

வளவி வாங்கித்தந்தவளே
உனக்கு ஈடு இல்லையடி
வட்டம் மட்டுமா
அது வானவில்லடி

என் வீட்டுக் கறிச்சோறும்
உன்வீட்டுப் புளிச்சோறும்
ஒன்றாக கலக்கும் எதையும்
பகிராம விடியாது நம் கிழக்கும்

பாவாடைக் கறையை முதலில்
பார்த்தவளும் நீதான்
காதலாகிப் பூத்தபோது ரகசியம்
காத்தவளும் நீதான்

பழங்கதை பேசியழ
பக்கத்துல நீயுமில்ல நாம
நெடுநேரம் உட்கார்ந்த
மரத்துல நிழலுமில்ல

விடுமுறை என்றதுமே
விளையாடச் சென்றோமே
கல்யாணச் சந்தையில இப்ப
தனியாளா நின்றோமே.

என் வார்த்தைகள்
எப்போதும்
அலங்காரமோ முகமூடியோ
அணிந்துகொண்டதேயில்லை
இது
தாய் வயிற்றிலிருந்து
பிறந்து விழுந்த
குழந்தையின்
பிசுபிசுப்பான வார்த்தைகளென்பதை
நீயறிவாய்.

மண்ணை நனைக்கும்
மழைதான்
மனதின்
நினைவுகளைப் பிழிந்தெடுக்கிறது
வெள்ளாவியில்
வைக்கப்பட்ட உருப்படிகளைப்போல்.

மழை வராத
வருத்தம் தவிர
கைவிட்டவர்களை எண்ணி
ஒருபோதும் வருந்தியதில்லை
காணையோ கல்பயிறோ
கால்வயிறாவது நிறைத்துவிடும் நிலம்
கடைசியில்,
களைத்துப்போன குயவர்களிடம்
கைபாண்டங்களாகி விடுகிறது.

இருப்பைத் தக்கவைக்க
எச்சிலில் கட்டிய கூடு
எதிரிகளை வீழ்த்த
எழுப்பிய வீடு
இது சிலந்தியின் வீடல்ல
சிறுபூச்சியின் பெருங்காடு.

அடைக்கப்படும் தாழ்கள்
விடுதலைச் சாவியை
எதிர்பார்த்துக்கொண்டேயிருக்கும்
அவரவர் விடுதலை
அவரவர்
மனதிலிருந்து எழும்
வெளிச்சத்தின்
திறவுகோலில் இருக்கிறது

✦

வலிதாங்கவும் முடியாமல்
இடுப்பிலிருந்து
இறக்கி வைக்கமுடியாமலும்
காலத்தின் மடியில்
கைமாற்றிவிட்ட
பிள்ளைபேற்றின்
கையறு நிலையின்
கடைசிச் சின்னம்
சுமைதாங்கிக் கற்கள்.

✦

யார் கையையும்
எதிர்பார்த்து நின்றதில்லை
களிமண்கூட கைவண்ணத்தில்
விளையாட்டுப்பொருட்களாகும்
ஒழுகும் ஓலைக்குடிசைச் சிறுமியும்
கட்டிக்கொள்வாள்
மாளிகையென
மணல்வீடு

ஒரு
சிறந்த கதைசொல்லிகளைப்போல
பெரும் மலையின்
மௌனத்தில் உறையச்செய்கின்றனர்
பொம்மைகளிடத்தில்
குழந்தைகள்.

✦

வரலாறு நெடுகிலும்
வலிசுமந்த பெண்கள்
வயிற்றுச்சுமையோடும்
வறுமை போக்க
சுமையேற்றி நடக்கிறார்கள்
வாழ்வின் வரப்புகளில்
நெற்கதிர்களை.

பூட்டிவைக்கப்பட்ட
மாளிகையிலில்லை
மனிதத்தின் திறவுகோல்
எளிய மனிதர்களின்
இதயத்தில்
திறக்கப்பட்டே கிடக்கும்
அடைபடாத அன்பின் கதவு.

கண்முன்னே
புதைக்கும் மகன்களைக் கண்டு
என்ன நினைத்திருப்பார்கள்
ஈழத்துத் தாய்மார்கள்
அவர்கள்
முளைத்து எழுவார்கள்
மண் விடுதலையோடென்றா.

✦

சமூகத்தின் ஏற்றத்திற்காக
எப்போதும்
கசிந்து எழுதுகிற
பேனாக்கள்
இப்போதெல்லாம்
கார்ப்பரேட்டுகளின்
கையாளாய் உருகுகிறது
அரசியல்வாதிகளிடம்
நயந்துபோகிறது
நீதியிடம் மலிந்துபோகிறது
மக்களிடம்
வேறுவழியில்லாமல்
தலைகுனிந்து
மையிருகிக் கிடக்கிறது.

பிடிக்கும்போது
நழுவிப் பறக்கும் வண்ணத்துப்பூச்சி
நம் உள்ளங்கையில்
ஒட்டிச்செல்வது
வண்ணங்களையல்ல
நடுங்கிய அதன் உடம்பிலிருந்து
மிளிர்ந்த அதன் பயத்தை.

ஆழ்கடலுக்குள்
சுழன்றுகொண்டிருக்குற
பேரிரைச்சலை
அகத்தில் மறைத்துக்கொண்டே
அழகாய் கரைவந்து தொடுகின்றன
ஆறுதலாயிருப்பதைத் தவிர
வேறொன்றுமறியாத கடலலைகள்.
✦

மழைநாளொன்றில்
தலைதுவட்டிக்கொண்ட
ஐந்து வயது மகன் சொன்னான்
'உன்னை
ரொம்பப் பிடிக்கும் அம்மா
பெரியவனானதும்
உன்னையே கல்யாணம் பண்ணிக்கிறேன்' என்று
உயிர்களின்
அளவற்ற ப்ரியங்களின்
சூட்சமத்தை யாரளப்பது
என்ன உறவாயிருப்பதென்பதை.

மெல்ல மெல்ல
மேடிட்டுக்கொண்டிருக்கும்
வயிற்றைத்
தடவிக்கொடுக்கும்
ஒரு கர்ப்பிணியின்
மனநிலையொத்தே இருக்கிறது
எனக்குள் வளர்ந்துகொண்டிருக்கும்
உன் ஞாபகம்.

✦

பிறந்த குழந்தையின்
கவுச்சியடிக்கிறது
புதிதாய் வீடு வந்திருக்கும்
நாய்க்குட்டியின்
வாஞ்சையான எச்சிலில்.

✦

காதல் என்பதே
ஈர்ப்பு விசைக்கு எதிரானதே
காதல் கொண்ட மனங்கள்
தரைதொடாமல்
மேலெழும்பிப் பறக்கின்றன.

கொஞ்சம்
உட்கார்ந்துவிட்டுப்போயேன் என
அன்பு அதட்டலிடும்
சாணம்பூசிய திண்ணைகளும்
அலையலையான சுருக்கங்கள் விழுந்தும்
புதைந்துவிடாத புன்னகையோடிருக்கும்
பாட்டிமார்களும்தான்
அறுந்துவிடாத
கிராமத்தின் மிச்சங்கள்.

காதலர்கள்
வந்து அமர்வதற்காகவே
காத்திருக்கின்றன
மரங்கள் உதிர்த்த
பூக்களைச் சுமந்தபடி
பூங்காக்களின்
இருக்கைகள்.

வெற்றி என்பதெல்லாம்
வீரத்துக்கு அழகு
காதலில் விழுவதெனும்
மேன்மை பழகு.

உன் வார்த்தைகளில்
முளைக்குமென் விதைகள்
உன் பார்வையில்
துளிர்க்குமென்
பச்சையங்கள்
உன் பிரியங்களில்
கிளைவிடுமென் மரம்
உன் தீண்டலில் விளையும்
என்னிடம் கனிகள்
நீ ஏன் தயங்குகிறாய்
என் நிழல் அமர.

✦

இன்று
புதிதாய் துளிர்விட்ட
வெற்றிலைக்கு
உன் முகச்சாயல்.

சந்திக்கும் ஒவ்வொருநாளும்
விதவிதமாக
ஜாலங்கள் காண்பிக்கிறது
உன் காதல்
திருவிழாவில் வாங்கி மகிழ்ந்த
கலைடாஸ்கோப்பின்
கண்ணாடித்துண்டுகளாய்.
¤

அனுமானங்கள் வழியே
ஆயுளுக்கும்
நான் நட்பாகிறேன்
என்னையுமறியாமல்
உங்களுக்கு எதிராகிறேன்
வீம்பு பிடித்தவளாகிறேன்
வில்லியாகிறேன்
சிலநேரங்களில்
ஏதுமறியாத குழந்தையாகிறேன்
எல்லாம் தெரிந்த அறிவாளியாகிறேன்
தெரியுமா உங்களுக்கு
யாருக்குமே தெரியாத
நான் மட்டும்
எதற்குள்ளும் சிக்காமல்
சிறகடிக்கிறேனென்று.

ஒரு தேநீர்க் கோப்பையில்
தளும்பி நிற்பதுபோலான
நெருக்கம் மாறி
அருந்திவிட்டுச்சென்ற
கோப்பையின்
கடைசிச் சொட்டின் ஏக்கமாக
வெறிச்சோடிக்கிடக்கிறது
நீயற்ற அந்த தேநீர்க் கடை.

✦

நிலவைக் காட்டி
சோறூட்ட யாரும் வராததால்
வருத்தப்பட்டே இரவைச் சுமக்கிறது
நிலா.

அன்புள்ள அப்பாவுக்கு
எனத் தொடங்கும் அந்தக் கடிதத்தைக்
கையில் தரமுடியாமலேயே போய்
இறுதியில்
உங்கள் கல்லறையில்
வைத்துவிட்டுத் திரும்பினேன்
அன்று இரவு முழுவதும்
அடைமழையென்று
அனைவரும் சொல்லிக்கொண்டார்கள்

✦

மன்னித்துவிடு பறவையே
வனம் வளர்த்து
மழைபொழியச் செய்த உங்களின் தாகத்தை
தண்ணீர்பாட்டில்களால் மட்டுமே
தீர்க்கமுடிந்தது எங்களால்
ஆறுகளை அழித்த அவலநிலையில்.
✦

நதியில்
படகுபோல
வதைக்கும் நினைவுகளில்
மிதக்கும் விழிகள்.

✦

கோபத்தில் உன்னிடமிருந்து
வரும் வார்த்தைகளுக்கு
கனிகளாகுமென
காத்திருக்கும் பறவையின் நம்பிக்கை
வெடித்துச் சிதறும்
இலவம் மரத்தின் சாயல்.

தன் துருப்பிடித்த
சைக்கிளின் செயினை
மாற்றமுடியாத அப்பாதான்
எதிர்வீட்டுச் சிறுவனைப் பார்த்து
ஏங்கினேன் என்று
மறுநாளே
ஹீரோ சைக்கிளோடு வந்தார்.

எதில் நிரப்பி வைப்பதெனத் தெரியாமல்
அள்ளித்தரும் மனிதர்களும்
வெற்றுத்தாள்களென
வந்துபோகும் மனிதர்களுமாக
இவ்வாழ்வை
புரட்டிக்கொண்டிருக்கிறோம்
அவரவர் வாழ்வின் பக்கங்களில்
போகட்டும்
வார்த்தைகளை விட
மௌனங்கள் அழகானதென்பதாக
எடுத்துக்கொள்வோம்.

கோவிலுக்குள் வைத்து
பெண்களை வன்புணர்ந்தாலும்
சகமனிதனை
கோவிலுக்குள் வரவிடாமல்
கதவடைத்து சீல் வைத்தாலும்
ஏனென்று கேட்கப்போவதில்லை
எந்தக் கடவுள்களும்.

✦

கைநிறையக்
கட்டிக்கொண்டாலும்
மீதத்தை
கன்னத்தில் ஒட்டிவிடும்
ஜவ்வு மிட்டாய்போல
இனிக்கிறது
பிரிகையில் திரும்பிப் பார்க்கும்
உன் ஓரப்பார்வை.

✦

குடத்தில் நிரப்பிய
ஆற்று நீரை
பருக மனமில்லை
நீந்திக்கொள்ளலாம்
நிலவைப்போல

✦

வானம்
மேகமூட்டமாய் இருக்கிறது
சில நொடிகளில்
சில்லென்று மழை துவங்கும் நேரம்
ஒரு தேநீர் அருந்தலாம்தான்
போர்மேகம் சூழ்ந்த நிலத்தில்
என் மகளொருத்தி
பசியென்கிறாள்
பொம்மைக்கும் சேர்த்து
இப்போது என்ன செய்ய.

வாங்கிக்
கட்டிக்கொள்ளத் தோனுது
உன்னிடம்
நிறைய முத்தங்களை.

✦

வாயடிக்காமல்
வந்துபோவதில்லை மழை
பிறந்தவீடு வரும்
மகள்களைப்போல

கூடில்லா பறவையின்
மழைக்காலத் தவிப்பும்
வீடில்லா மனிதர்களின்
சாலையோர வசிப்பும்
ஞாபகத்தில் வந்துவிடுகிறது
பிறகெப்படி ரசிக்க
மழைக்காலத்தின்
குளிர்பொழுதுகளை.

✦

பனிமூட்டங்களில்
மிதக்கும் கனவுகளில்
கண்விழித்த மழலைக்கு முன்பு
சவால் விட்டு நிற்கிறது
இனப்போர்களின்
நஞ்சு கலந்த புகை
பிஞ்சுப் பாதங்கள் நஞ்சுண்டும்
மீண்டெழுமெனத்தெரியாமல்.

வீடுகள்
ஓய்வில்லாமல்
பெண்களின்
உழைப்பை வாங்குகிறது
எப்போதும்
சும்மா இருக்கிறார்கள்
என சொல்லிவிட்டுப்போகிறது
விடுமுறைகளில்
ஓய்வெடுக்கும் ஆணுலகம்.

காடதிர
பேசிவிட்டுப் போகிறது
பெரும் மழை.

✦

மழைப்பேச்சை
மரங்கள்தான்
புரிந்து தலையாட்டுகின்றன.

பறவைக்கு மட்டும்
எப்படியோ
தகவல் தந்துவிடுகிறது மழை
கூடடையச்சொல்லி.

✦

அதனியல்பில்
உயிர்கள் எழுப்பும் ஒலியால்
பழக்கமில்லாததாலேயே
மிரண்டுபோகும்
நமது உள்காட்டுப் பயமாகவே
இருக்கிறது
சில நேரங்களில்
நமக்கு வாய்க்கும் துன்பங்களும்.

வானத்திடம்
தப்பித்த மழை
எல்லாவற்றின் மீதும்
விழுந்தோடுகிறது.

நம்பிக்கையோடு
பற்றிக்கொள்ளும் கொடிக்கும்
எதிர்பார்ப்பில்லாமல்
எற்றுக்கொள்ளும் மரத்துக்கும்
பெரிதாக ஒன்றும்
நிபந்தனையுமில்லை
நிர்பந்தமுமில்லை
வாழ்தல் தவிர.

ரயில்களின் நகர்தலை
எப்போதும்
ஒரு கைக்குழந்தைபோல
பார்த்து
மலைத்து நிற்கின்றன
ரயிலடியோரத்து
பின்புறக் கட்டிடங்கள்.

மதவாதிகளின் உலகம்
அதி அற்புதமானது

மனிதர்களின்
கோவணத்தை உருவிவிட்டு
மாடுகளுக்கு
ஸ்வெட்டர் தைத்தார்கள்

இப்போது
ராமர் சிலைக்கு வேர்க்குமாம்
பருத்தி ஆடை அணிவிக்கிறார்கள்

ஹேராம்
உன்னைத் தவிர
யாரும்
இங்கு பத்திரமாக இல்லை.

சிற்றுயுரோ பேருயுரோ
தாய்மையின்
பிரமாண்ட அன்பில்
அடைக்கலமாவதையே
விரும்புகின்றன
குழந்தைகள்.

முறுக்கிய உன் தேகத்தில்
விழுந்து
நொறுங்கியது
என் மெல்லிய இறகு

உன்
புன்னகையில் பூத்த
கன்னக்குழியில்
விழுந்து துடித்தது
என் விழிமீன்கள்

உன்
அடர்ந்த மீசைக் கடலில்
மிதக்க ஆரம்பிக்கிறது
என் ஆசைப் படகு

ஆமாம்
இது கார்காலம்தான்
நமக்கு மட்டும்
இது காதல்காலம்.

✦

மரக்கால் அளவுச் சொற்கள்

நிலவின் கறை
வேறொன்றுமில்லை
சாலையோரம்
வானம் பார்த்துக்கிடப்பவர்களின்
பசியின் நிறம்

மலை என்பது
வேறொன்றுமில்லை
வாழ்ந்தவனையும்
வீழ்ந்தவனையும் பார்த்து
மலைத்த தேகம்

நட்சத்திரம் என்பது
வேறொன்றுமில்லை
பகலைத்தொலைத்து
நாளைய கனவில்
மிளிரும் உயிர்களின் கண்கள்

இரவென்பது
வேறொன்றுமில்லை
ஏங்கியபடியே தூங்கிக்கிடக்கும்
எண்ணற்றவர்களின்
இளைப்பாறல்

என் கவிதைகள் என்பது
வேறொன்றுமில்லை
மரக்கால் அளவு
பத்திரமாய் வைத்துவிட்டுப்போன
என் முன்னோர்களின்
விதைச்சொற்கள்.

✦